sekolah - ilé-ìwé	2
perjalanan - ìrìn àjò	5
transportasi - ọkọ̀	8
kota - ìlú	10
pemandangan - ẹlẹ́bùú	14
restauran - ilé oúnjẹ	17
supermarket - ibi ìtajà	20
minuman - ohun mímu	22
makanan - oúnjẹ	23
pertanian - oko	27
rumah - ilé	31
ruang tamu - yàrá ìgbé	33
dapur - ilé ìdáná	35
kamar mandi - ilé ìwẹ̀	38
kamar anak - yàrá ọmọdé	42
pakaian - aṣọ	44
kantor - ọfisi	49
ekonomi - ọrọ̀ ajé	51
pekerjaan - àwọn iṣẹ́ ààyò	53
alat - àwọn irinṣẹ́	56
alat musik - àwọn irinṣẹ́ orin	57
kebun binatang - ibi ẹranko	59
olahraga - àwọn eré ìdárayá	62
aktivitas - àwọn iṣẹ́	63
keluarga - ẹbí	67
badan - ara	68
rumah sakit - ilé ìwòsàn	72
darurat - pàjáwìrì	76
bumi - Ayé	77
jam - aago	79
minggu - ọ̀sẹ̀	80
tahun - ọdún	81
bentuk - àwọn ìrísí	83
warna-warna - àwọn àwọ̀	84
berlawanan - òdì	85
angka-angka - nọ́mbà	88
bahasa-bahasa - àwọn èdè	90
siapa / apa / begaimana - tani / kínni / báwo	91
dimana - níbo	92

Impressum
Verlag: BABADADA GmbH, Nedderfeld 112 , 22529 Hamburg
Geschäftsführer / Verlagsleitung: Harald Hof
Druck: Books on Demand GmbH, In de Tarpen 42, 22848 Norderstedt

Imprint
Publisher: BABADADA GmbH, Nedderfeld 112 , 22529 Hamburg, Germany
Managing Director / Publishing direction: Harald Hof
Print: Books on Demand GmbH, In de Tarpen 42, 22848 Norderstedt

sekolah
ilé-ìwé

- membagi — pínpín
- papan — pèpè
- ruang kelas — yàrá ìkàwé
- guru — olùkọ́
- halaman sekolah — yáàdì ilé-ìwé
- kertas — pépà
- menulis — kọ̀wé
- pena — kálàmù
- meja kerja — dẹsiki
- penggaris — rúlà
- buku — ìwé
- murit — akẹ́kọ̀ọ́

tas sekolah
ọ̀rá

tempat pensil
àpò pẹnsuru

pensil
pẹnsuru

pengasah pensil
olùgbẹ́ pẹnsuru

penghapus
rọ́bà

kertas gambar
bọ̀tìnnì yíyàwòrán

gambar
yíyàròwán

kuas
burọ́sì ọ̀dà

kotak cat
àpótí ọ̀dà

gunting
sísọsí

lem
gúlù

buku latihan
ìwé iṣẹ́

pekerjaan rumah
iṣẹ́ àmúrelé

angka
nọ́mbà

tambhakan
àfikún

mengurangi
àyọkúrò

mengalikan
ìsọdipúpọ̀

menghitung
ṣírò

huruf
lẹ́tà

alfabet
alábídí

kata
ọ̀rọ̀ sísọ

sekolah - ilé-ìwé

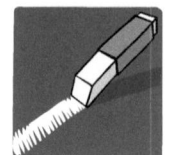

teks
ọ̀rọ̀ kíkọ

membaca
kàwé

kapur
ṣọ́ọ̀kì

pelajaran
ìkẹ́kọ̀ọ́

daftar
forúkọsílẹ̀

ujian
ìdánwo

sertifikat
ìwé-ẹ̀rí

seragam sekolah
aṣọ ilé-ìwé

pendidikan
ẹ̀kọ́

ensiklopedi
ìwé ìmọ̀

universitas
yunifasiti

mikroskop
ẹ̀rọ gbohùngbohùn

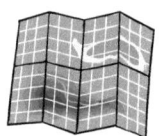

peta
àwòrán àgbáyé

tempat sampah
agbọ̀n ìdalẹ̀nù

sekolah - ilé-ìwé

perjalanan
ìrìn àjò

hotel
ilé ìtura

hostel
ibùgbé akẹ́kọ̀ọ́

kantor pertukaran mata uang
ibi ìpàrọ̀ owó

koper
àpótí owó

mobil
ọkọ̀ ayọ́kẹ́lẹ́

bahasa
èdè

ya / tidak
bẹ́ẹ̀ni / bẹ́ẹ̀kọ́

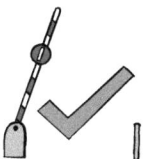

okay
Ó dára

hallo
ẹ pẹ̀lẹ́

penerjemah
olùtúmọ̀ èdè

terima kasih
O ṣeun

Berapa harganya...?
èló ni... ?

saya tidak mengerti
Kò yé mi

masalah
ìṣòro

Selamat malam!
Ẹ káalẹ́!

Selamat siang!
Ẹ kaarọ!

Selamat tidur!
Ẹ káalẹ́!

sampai jumpa
ódìgbà

arah
ìtọ́ni

bagasi
ẹrù-ẹni

tas
báàgì

ransel
àpò ẹ̀yìn

tamu
àlejò

ruang
yàrá

kantong tidur
báàgì ibùsùn

tenda
àgọ́

perjalanan - ìrìn àjò

informasi wisata

àlàyé arìnrìn àjò

pantai

òkun

kartu kredit

káàdì arọ́pò owó

sarapan

oúnjẹ àárọ̀

makan siang

oúnjẹ ọ̀sán

makan malam

oúnjẹ alẹ́

tiket

tikẹti

elevator

ìgbésókè

perangko

èdìdí

perbatasan

àlà

cukai

àwọn àṣà

kedutaan

ibi iwé ìrìnà

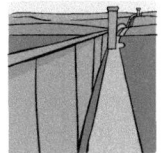

visa

fisa

paspor

iwé ìrìnà

perjalanan - ìrìn àjò

transportasi
ọkọ̀

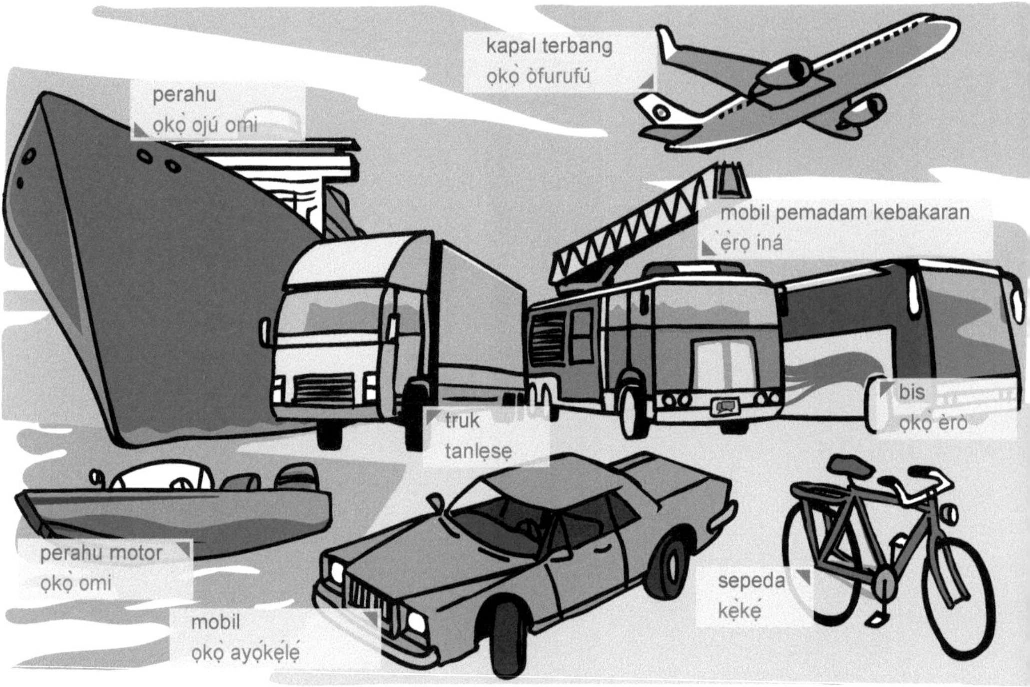

perahu
ọkọ̀ ojú omi

kapal terbang
ọkọ̀ òfurufú

mobil pemadam kebakaran
ẹ̀rọ iná

truk
tanlẹsẹ

bis
ọkọ̀ èrò

perahu motor
ọkọ̀ omi

mobil
ọkọ̀ ayọ́kẹ́lẹ́

sepeda
kẹ̀kẹ́

feri
ọpán

perahu
ọpọ́n ojú omi

sepeda motor
atapùpù

mobil polisi
ọkọ̀ ọlọ́pàá

mobil balapan
ọkọ̀ ìsáré

mobil sewa
ọkọ̀ yíyá

berbagi mobil
àpínlò ọkọ̀

truk derek
ìgbọ́kọ̀

truk sampah
ọkọ̀ dída ilẹ̀ nù

motor
manto

bahan bakar
epo

bensin
ilé epo

tanda lalulintas
àmì iwakọ̀

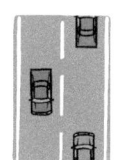

lalulintas
iwakọ̀

macet
súnkẹrẹ

parkir mobil
ibi ìgbọ́kọ̀sí

stasiun kereta
ibùdókọ̀ ojú irin

trek
àwọn òpópó

kereta api
ọkọ̀ ojú irin

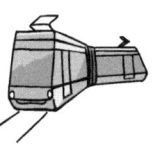

tram
ọkọ̀ ori ilẹ̀

gerobak
ẹrù

transportasi - ọkọ̀

helikopter
ẹlikọputa

bendara
ibùdókọ̀ òfurufú

menara
òpó

penumpang
èrò

container
ibi ipamọ́

karton
katun

troli
apẹ̀rẹ̀

keranjang
agbọ̀n

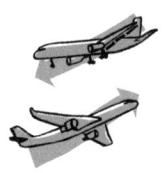
berangkat / mendarat
gbéra / balẹ̀

kota
ìlú

desa
abúlé

pusat kota
ààrín ìlú

rumah
ilé

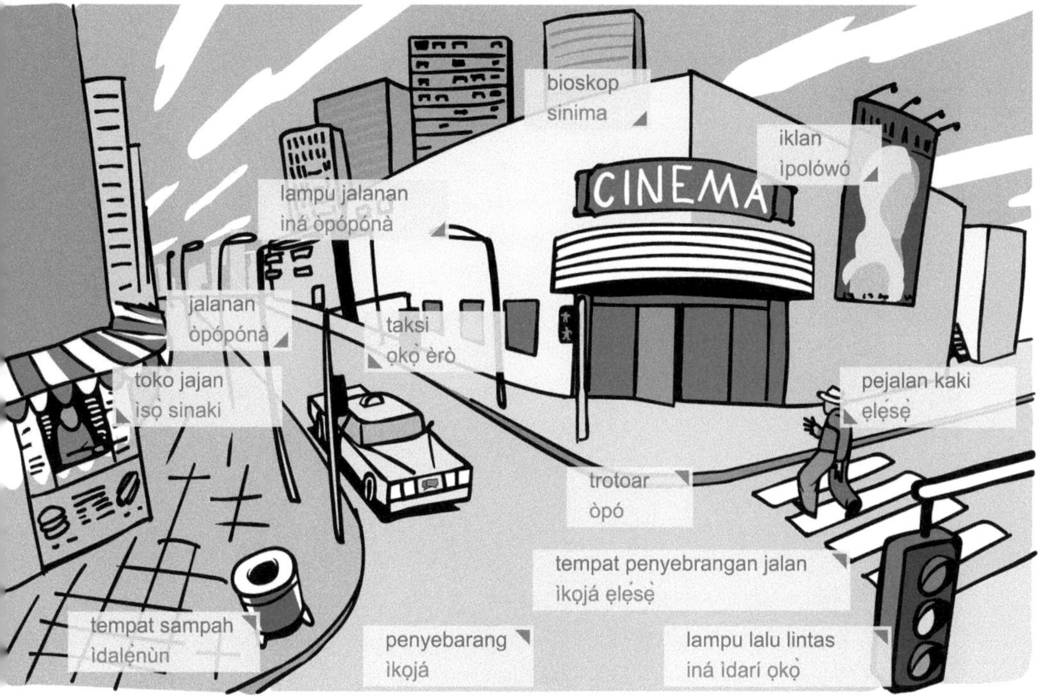

bioskop / sinima

iklan / ìpolówó

lampu jalanan / iná òpópónà

jalanan / òpópónà

taksi / ọkọ̀ èrò

toko jajan / ísọ sinaki

pejalan kaki / ẹlẹ́sẹ̀

trotoar / òpó

tempat penyebrangan jalan / ìkọjá ẹlẹ́sẹ̀

tempat sampah / ìdalẹ́nùn

penyebarang / ìkọjá

lampu lalu lintas / iná ìdarí ọkọ̀

gubuk
abà

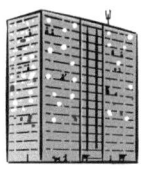

rumah flat
filati

stasiun kereta
ibùdókọ̀ ojú irin

balai kota
ojúde

museum
musiọmu

sekolah
ilé-ìwé

kota - ìlú

universitas
yunifasiti

bank
ilé ifowópamọ́

rumah sakit
ilé ìwòsàn

hotel
ilé ìtura

farmasi
olùta òògùn

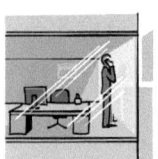

kantor
ọfisi

toko buku
ìsọ̀ ìwé

toko
ìsọ̀

toko bunga
òdòdó

supermarket
ibi ìtajà

pasar
ọjà

toko serba ada
ibi ẹka iṣẹ́

nelayan
ibi ẹja

pusat belanja
ibi ìrajà

pelabuhan
bèbè omi

kota - ìlú

taman
ibi ìgbafẹ́

banku
àga

jembatan
afárá

tangga
àgàsọ̀

kereta bawah tanah
abẹ́ ilẹ̀

terowongan
ihò ilẹ̀

pemberhantian bis
ibùdókọ̀

bar
ilé ọtí

restauran
ilé oúnjẹ

kotak surat
àpótí ìfiwéránṣẹ́

tanda jalan
àmì òpópónà

meteran parkir
mita ìgbọ́kọ̀sí

kebun binatang
ibi ẹranko

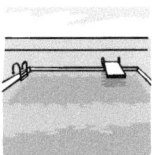

kolam renang
ibi ìwẹ̀

mesjid
mọ́sálásí

kota - ìlú

pertanian
oko

polusi
ìdọ̀tí

kuburan
ibi ìsìnkú

gereja
ilé ìjọsìn

tempat bermain
ibi ìṣeré

pura
tẹmpili

pemandangan
ẹlẹ́bùú

- daun — ewé
- penunjuk arah — ajúwe
- jalanan — ọ̀nà
- padang rumput — ilẹ̀ koríko
- batu — òkúta
- pohon — igi
- pejalak kaki — olùrìn
- sungai — odò
- rumput — kóríko
- bunga — òdòdó

pemandangan - ẹlẹ́bùú

lembah
kòtò

bukit
òkè

danau
adágún omi

hutan
aginjù

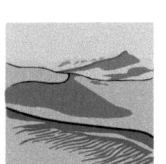
padang gurun
aṣálẹ̀

gunung berapi
ilẹ̀ ríru

istana
ibùgbé

pelangi
òṣùmàrè

jamur
esun

pohon palem
ọ̀pẹ

nyamuk
ẹ̀fọn

lalat
eṣinṣin

semut
kòkòrò

lebah
oyin

laba-laba
alantakun

pemandangan - ẹlẹ́bùú

kumbang
làbọnlàbọn

kodok
ọ̀pọ̀lọ́

tupai
ọkẹ́rẹ́ ńlá

landak
sẹ́sẹ́

kelinci
ọkẹ́rẹ́

burung hantu
òwìwí

burung
ẹyẹ

angsa
pẹ́pẹ́yẹ ńlá

babi jantan
ẹlẹ́dẹ́ igbó

rusa
àgbọ̀nrín

rusa
àgbọ̀nrín ńlá

bendungan
adágún

turbin angin
ọ̀pá afẹ́fẹ́

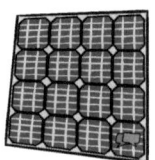

panel surya
panẹ́ẹ̀lì òrùn

iklim
ojú-ọjọ́

pemandangan - ẹlẹ́bùú

restauran
ilé oúnjẹ

- pelayan / agbóunjẹ
- daftar makanan / àkọsílẹ̀ oúnjẹ
- kursi / àga
- pizza / pisa
- sup / ọbẹ̀
- taplak / aṣọ tábìlì
- peralatan makan / ọbẹ

hindangan pembuka
ìpanu

hidangan utama
oúnjẹ gangan

hidangan penutup
ìpanu lẹ́yìn oúnjẹ

minuman
ohun mímu

makanan
oúnjẹ

botol
ìgò

restauran - ilé oúnjẹ

fastfood
oúnjẹ kíá

masakan jalanan
oúnjẹ òpópónà

teko teh
abọ́ tii

kaleng gula
abọ́ ṣúgà

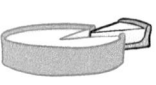
porsi
ìpín

mesin espresso
ẹ̀rọ ẹsipirẹso

kursi tinggi
àga gíga

tagihan
ináwó oṣoṣù

baki
tire

pisau
ọbẹ

garpu
fọ́ọ̀kì

sendok
ṣíbí

sendok teh
ṣíbí tii

serbet
pépà ìnuwọ́

gelas
gilasi

restauran - ilé oúnjẹ

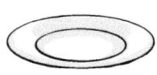

piring
abọ́

piring sup
abọ́ ọbẹ̀

lepek
pẹlẹbẹ

saus
ọbẹ̀

tempat garam
kòkò iyọ̀

gilingan merica
ilọta

cuka
fẹniga

minyak
òróró

bumbu
èròjà

saus tomat
kẹsọpu

mustar
mọsitadi

mayones
mayonesi

restauran - ilé oúnjẹ

supermarket

ibi ìtajà

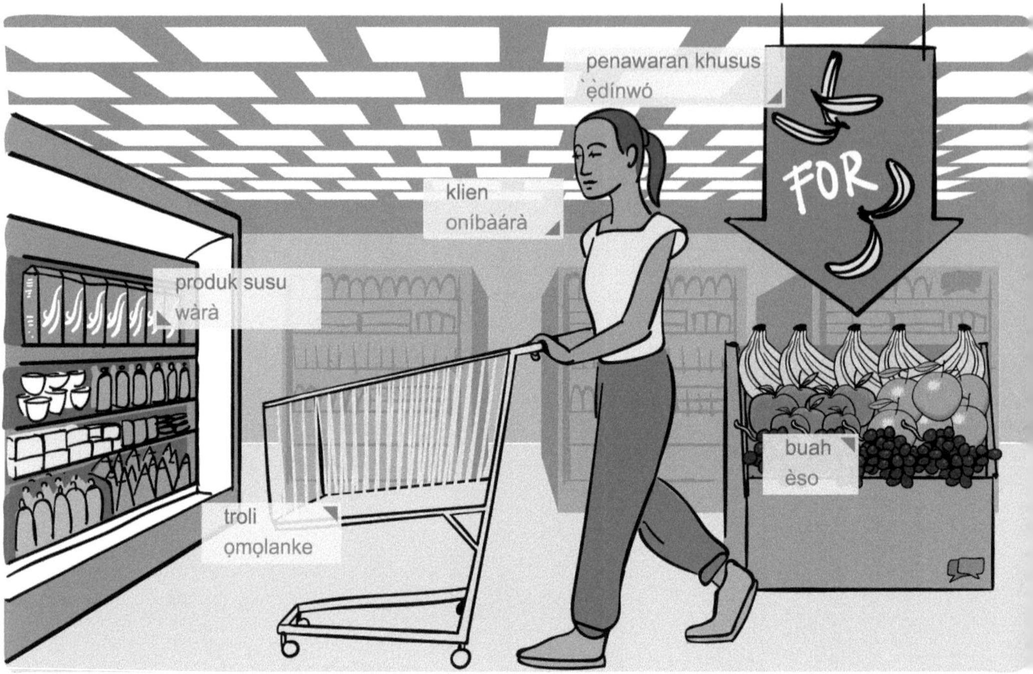

penawaran khusus
ẹ̀dínwó
FOR
klien
oníbàárà
produk susu
wàrà
buah
èso
troli
ọmọlanke

BUTCHERS

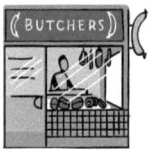

pembantai

alápatà

BAKERY

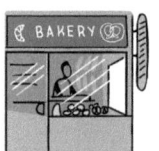

toko roti

beka

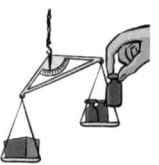

menimbang

wọ̀n

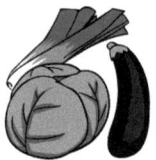

sayur

ewébẹ̀

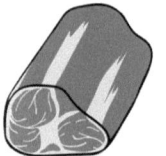

daging

ẹran

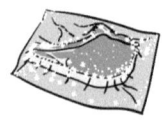

makanan beku

oúnjẹ dídì

pemotongan dingin
ẹran tútù

makanan kaleng
oúnjẹ agolo

sabun serbuk
ọṣẹ ifọṣọ

permen
àdíndùn

alat-alat rumah tangga
àgbéjáde ẹbí

obat pembersihan
ohun itọ́jú

penjual
olùtajà

kasa
tili

kasir
akawó

daftar belanja
àkójọ ìrajà

jam buka
wákàtí ibẹ̀rẹ̀

dompet
ipamọ́

kartu kredit
káàdì arọ́pò owó

tas
báàgì

kantong plastik
báàgì ọrá

supermarket - ibi ìtajà

minuman
ohun mímu

air
omi

jus
omi èso

susu
wàrá

cola
koki

anggur
waini

bir
bia

alkohol
ọtí líle

coklat
kòkó

teh
tii

kopi
kọfí

espresso
ẹsipirẹso

cappucino
kapusino

makanan
oúnjẹ

pisang
ọgẹdẹ

apel
apu

jeruk
ọsàn

semangka
`ẹgúsí

jeruk lemon
òronbò

wortel
karọti

bawang putih
galiki

bambu
ọparun

bawang bombai
àlùbọ́sà

jamur
esun

kacang
`ẹ̀pà

mi
nodu

spagetti	nasi	salat
sipajeti	ìresì	saladi

kentang goreng	kentang goreng	pizza
ìpanu	ànàmọ́ díndín	pisa

hamburger	sandwich	sayatan
bọ́gà	sanwiṣi	ẹran sísun

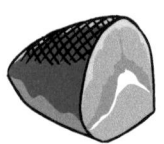

ham	salami	sosis
ẹsẹ̀ ẹlẹ́dẹ̀	salami	sọseji

ayam	menggoreng	ikan
ẹran ẹdiyẹ	sun	ẹja

makanan - oúnjẹ

bubur gandum
oti poreji

sereal
museli

cornflakes
confulakisi

tepung
iyèfun

croissant
kirosanti

roti
rolu búrẹdì

roti
burẹdi

toast
dín

biskuit
bisikiti

mentega
bọ́tà

dadih
kọdu

kue
keki

telur
ẹyin

telur goreng
ẹyin díndín

keju
ṣiṣi

makanan - oúnjẹ

eskrim
aisi kirimu

gula
ṣúgà

madu
oyin

selai
jamu

krim nugat
àfira ṣokoleti

kare
kọri

pertanian
oko

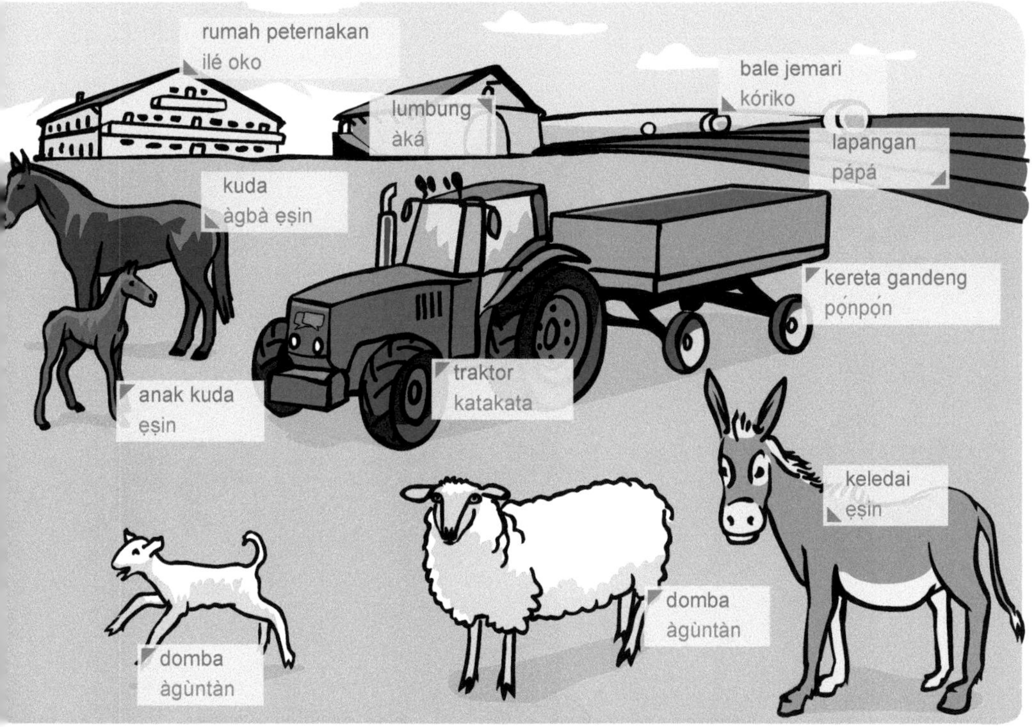

rumah peternakan — ilé oko
lumbung — àká
bale jemari — kóriko
lapangan — pápá
kuda — àgbà ẹṣin
kereta gandeng — pọ́npọ́n
anak kuda — ẹṣin
traktor — katakata
keledai — ẹṣin
domba — àgùntàn
domba — àgùntàn

kambing
ewúrẹ́

sapi
máàlù

betis
ọdọ́ àgùntàn

babi
ẹlẹ́dẹ̀

celeng
ọmọ ẹlẹ́dẹ̀

banteng
àgbò

angsa
ọmọ pẹpẹyẹ

bebek
pẹpẹyẹ

anak ayam
ọmọ adiyẹ

ayam
adiyẹ

ayam jantan
àkùkọ

tikus
èkúté

kucing
olóngbò

tikus
eku

lembu
kétékété

anjing
ajá

rumah anjing
ilé ajá

selang
ọpá ọgbà

penyiram
abọ́ omi

sabit
scythe

bajak
ọkọ̀ irúgbìn

pertanian - oko

sabit
abẹ oko

cangkul
ọkọ́

garpu rumput
irinṣẹ́ kóriko

kapak
àáké

gerobak
wilibaro

palung
àgbá

kaleng susu
abọ́ wàrà

karung
àpò

pagar
ògiri

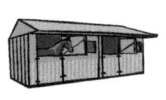

kandang
pẹpẹ oko

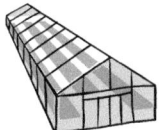

rumah kaca
ibi ìdáko

tanah
ilẹ̀

benih
irúgbìn

pupuk
ajílẹ̀

mesin pemanen
àkópọ̀ olùkórè

pertanian - oko

panen
ìkórè

panen
ìkórè

yams
iṣu

gandum
bàbà

kedelai
soya

kentang
ànàmọ́

jagung
àgbàdo

lobak
irúgbìn rapu

pohon buah
igi èso

singkong
ẹ̀gẹ́

sereal
jéró

pertanian - oko

rumah
ilé

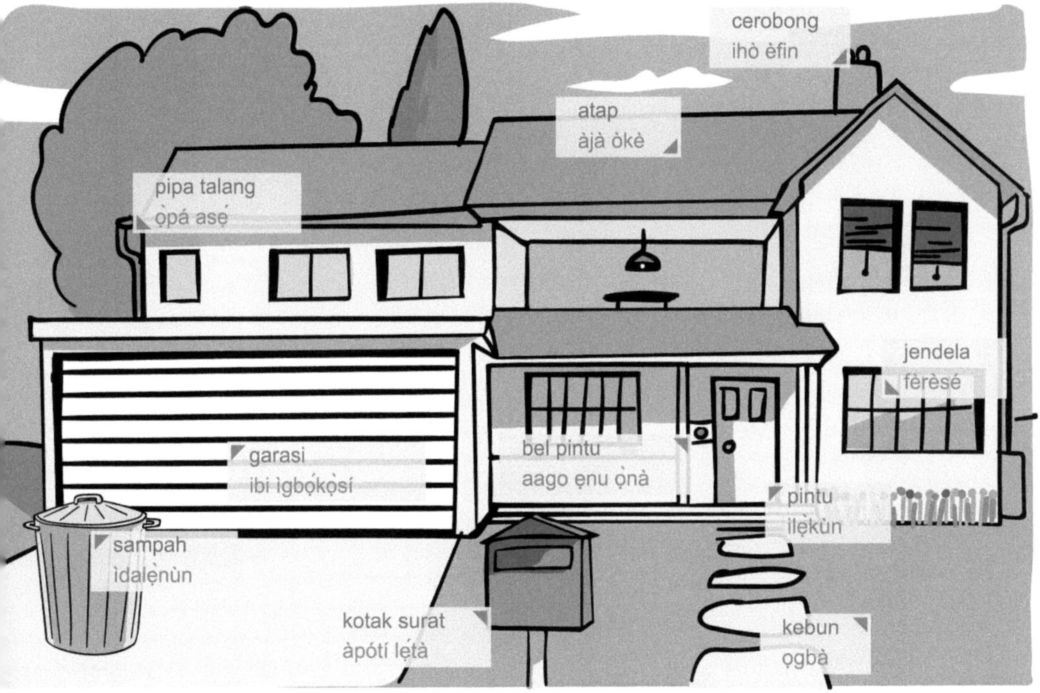

cerobong
ihò èfin

atap
àjà òkè

pipa talang
òpá asẹ́

jendela
fèrèsé

garasi
ibi ìgbọ́kọ̀sí

bel pintu
aago ẹnu ọ̀nà

pintu
ilẹ̀kùn

sampah
ìdalẹ̀nùn

kotak surat
àpótí lẹ́tà

kebun
ọgbà

ruang tamu
yàrá ìgbé

kamar mandi
ilé ìwẹ̀

dapur
ilé ìdáná

kamar tidur
yàrá ìbùsùn

kamar anak
yàrá ọmọdé

kamar makan
yàrá ìjẹun

rumah - ilé

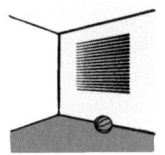

lantai
ilẹ̀

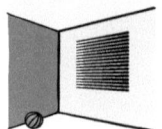

tembok
ògiri ilé

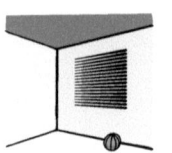

atap
àjà

gudang di bawah tanah
sẹla

sauna
sauna

balkon
ọ̀dẹ̀dẹ̀

teras
ọ̀nà

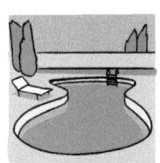

kolam renang
ibi ìwẹ̀

mesin pemotong rumput
ẹ̀rọ igéko

sprei
ojú-ewé

selimut
aṣọ orí ibùsùn

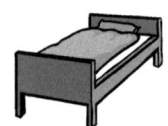

tempat tidur
ibùsùn

sapu
ọwọ̀

ember
garawa

tombol
yípo

rumah - ilé

ruang tamu
yàrá ìgbé

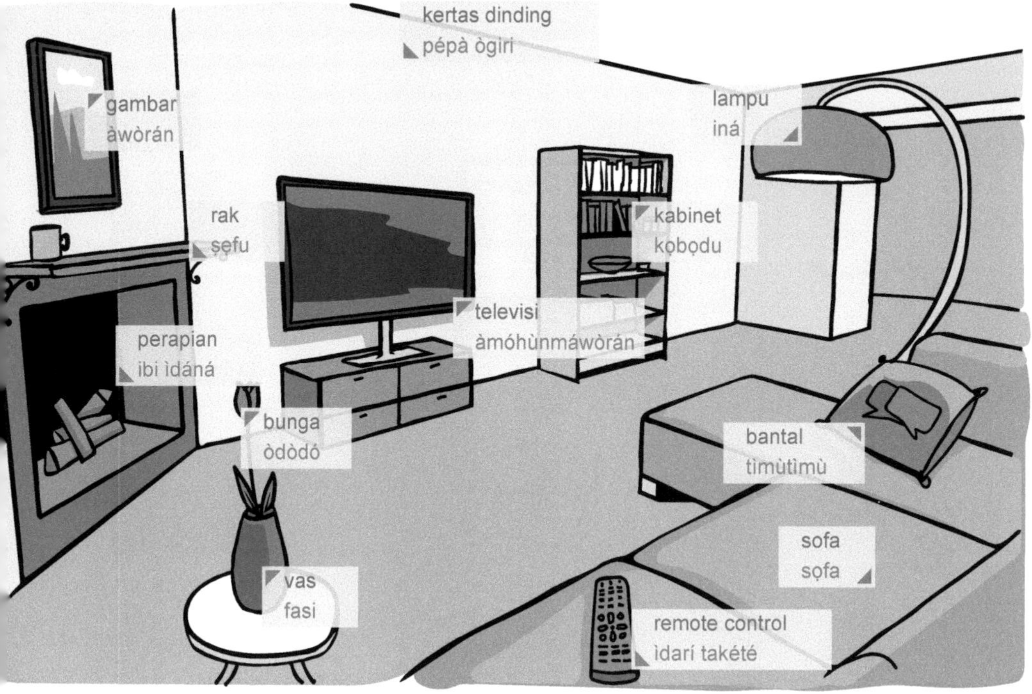

Labels on illustration:
- kertas dinding / pépà ògiri
- gambar / àwòrán
- lampu / iná
- rak / sẹ́fu
- kabinet / kọ́bọ́dù
- perapian / ibi ìdáná
- televisi / àmóhùnmáwòrán
- bunga / òdòdó
- bantal / tìmùtìmù
- vas / fásí
- sofa / sọ́fà
- remote control / ìdarí takété

karpet
kápẹ̀tì

korden
kọ́tìnì

meja
tábìlì

kursi
àga

kursi goyang
àga amìtìtì

kursi malas
àga ọlọ́wọ́

buku — ìwé

selimut — aṣọ ìbora

dekorasi — ọṣọ́

kayu bakar — igi ìdáná

filem — fíìmù

hi-fi — irinṣẹ́ hi-fi

kunci — kọ́kọ́rọ́

koran — ìwé ìròyìn

lukisan — kíkunlé

poster — àlẹmọ́

radio — redio

buku tulis — ìkọwé

penyedot debu — ufa

kaktus — kakitọsi

lilin — àbẹ́là

ruang tamu - yàrá ìgbé

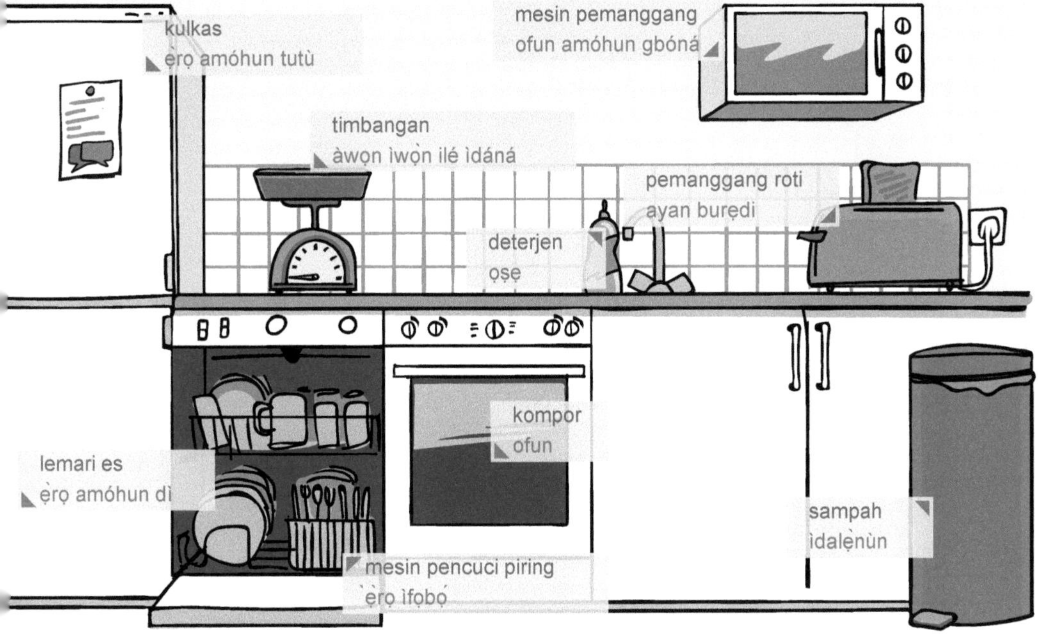

dapur
ilé ìdáná

- kulkas / ẹrọ amóhun tutù
- mesin pemanggang / ofun amóhun gbóná
- timbangan / àwọn ìwọn ilé ìdáná
- pemanggang roti / ayan burẹdi
- deterjen / ọṣẹ
- kompor / ofun
- lemari es / ẹrọ amóhun di
- sampah / idalẹ̀nùn
- mesin pencuci piring / ẹrọ ìfọbọ́

kompor
ìdáná

panci
ìṣasun

panci besi
ìṣasun irin

wajan
wok / kadai

panci
panu

pemanas air
kẹturu

	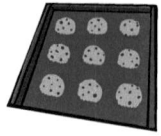	
panci pengukus makanan amoru	nampan pẹpẹ ìdáná	piring dídáná

cangkir ife gilasi	mangkok àdému	sumpit igi ìjẹun

sendok sup ladu	sudip ṣíbí kòtò	mengocok wisiki

saringan sitirena	saringan asẹ́	parutan gireta

mortir odó	barbeque àsun	api terbuka ibi ìdáná

dapur - ilé ìdáná

papan memotong
pepe gígé

gilingan
igi ìlọ̀

alat pembuka botol
kọkisukuru

kaleng
agolo

pembuka kaleng
olùṣí agolo

pegangan panci
àdìmú iṣasun

wastafel
kòtò

sikat
buroṣi

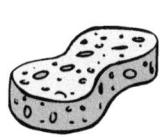

busa
kaninkanin

mesin pencampur
èrọ ìlọta

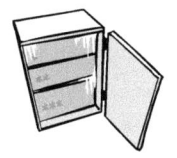

lemari es
èrọ amóhun di oníkòtò

botol bayi
ohun ijẹun ọmọdé

keran
ẹnu èrọ omi

dapur - ilé ìdáná

kamar mandi
ilé ìwẹ̀

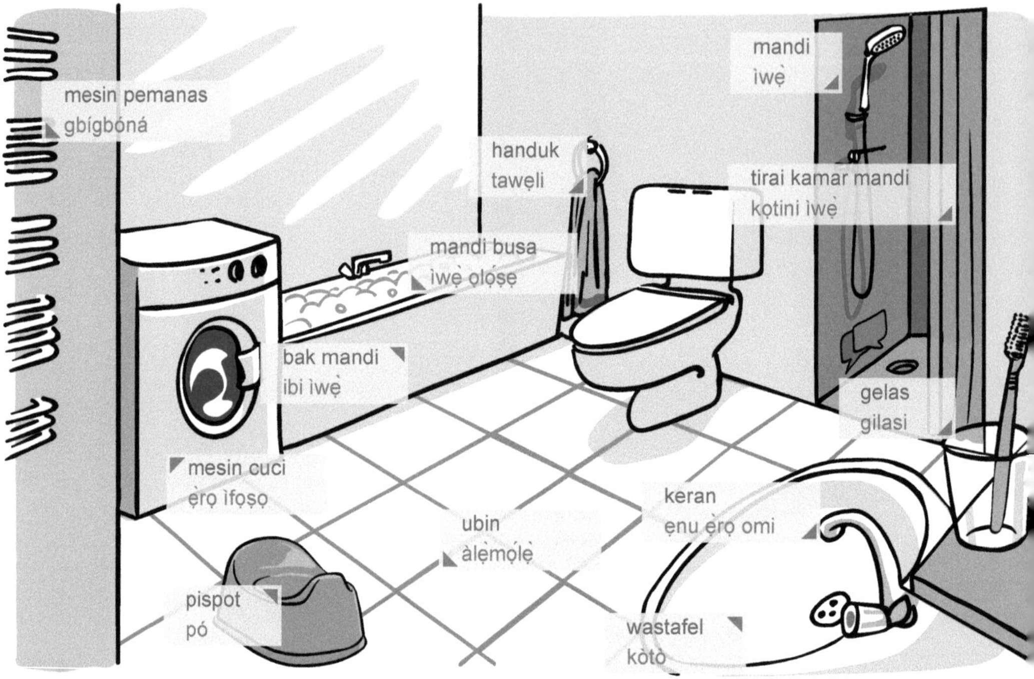

- mesin pemanas / gbígbóná
- handuk / tawẹli
- mandi iwẹ̀
- tirai kamar mandi / kọtini ìwẹ̀
- mandi busa / ìwẹ̀ olóṣẹ
- bak mandi / ibi ìwẹ̀
- gelas / gilasi
- mesin cuci / ẹrọ ìfọṣọ
- ubin / àlẹ̀mọ́lẹ̀
- keran / ẹnu ẹrọ omi
- pispot / pó
- wastafel / kòtò

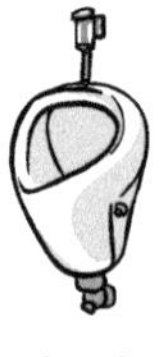

toilet	toilet jongkok	bidet
ibi ìyàgbẹ́	ibi ṣálángá	bidẹti
pissoir	kertas toilet	sikat toilet
títọ̀	pépa ibi ìyàgbẹ́	burọ́ṣi ibi ìyàgbẹ́

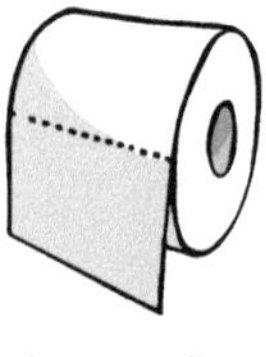

kamar mandi - ilé ìwẹ̀

sikat gigi
igi ìfọnu

pasta gigi
ọṣẹ ìfọnu

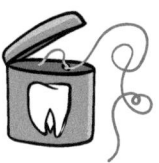

benang gigi
filọsi eyin

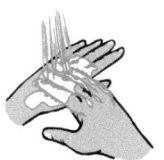

menyuci
fọṣọ

pancuran tangan
ìwẹ̀ ọlọ́wọ́

pancuran
doṣi

bak
basin

sikat punggung
burọṣi ẹ̀yìn

sabun
ọṣẹ

gel mandi
gẹli ìwẹ̀

sampo
ọ̀ṣẹ irun

planel
filanẹni

kuras
sẹ́

krim
ìpara

deodoran
olóòrùn dídún

kamar mandi - ilé ìwẹ̀

kaca
díngi

cermin tangan
díngi ọwọ́

pisau cukur
abẹ

busa cukur
fomu ifárungbọn

aftershave
lẹ́yìn ifarungbọn

sisir
ìyarun

sikat
burọ̀sì

alat pengering rambut
agbẹrun

semprot rambut
ìparun

makeup
ìmúra

lipstik
itọ̀tè

cat kuku
fanisi èkaná

kapas
òwú

gunting kuku
sisọsi èkaná

minyak wangi
pafumu

kantong pencuci
báàgì ìwẹ̀

bangku
àga

timbangan
ìwọ̀n

mantel mandi
okùn ìwẹ̀

sarung tangan karet
ìbọ̀wọ́ rọ́bà

tampon
tampun

handuk pembalut
ìnuwọ́

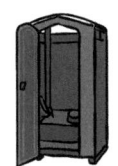
toilet kimia
ṣálángá kẹmika

kamar mandi - ilé ìwẹ̀

kamar anak
yàrá ọmọdé

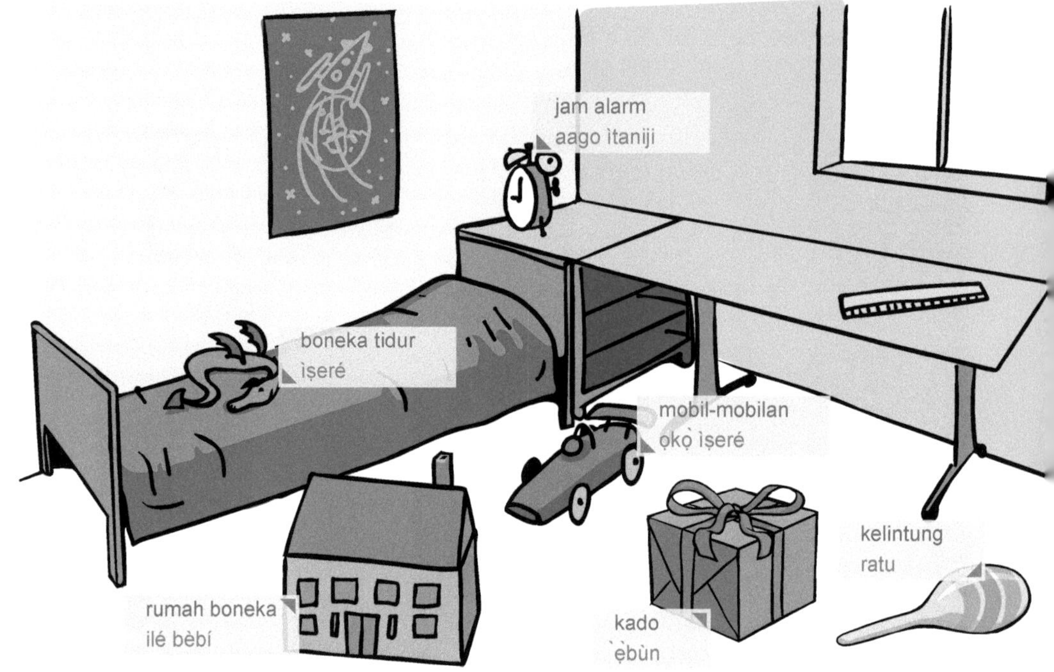
jam alarm
aago ìtaniji
boneka tidur
ìṣeré
mobil-mobilan
ọkọ̀ ìṣeré
kelintung
ratu
rumah boneka
ilé bèbí
kado
ẹ̀bùn

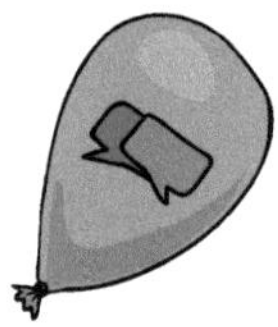

balon
fèrè

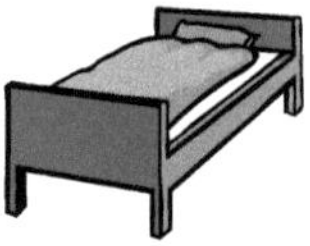

tempat tidur
ibùsùn

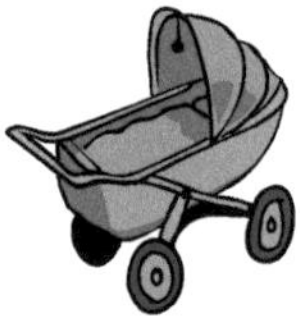

kereta bayi
ìgbọ́mọ

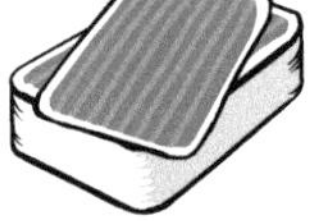

mainan kartu
àpapọ̀ káàdì

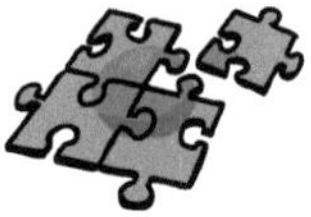

teka-teki
ayùn

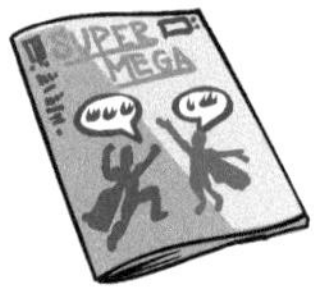
SUPER
MEGA

komik
àwàdà

mainan lego
àwọn biriki

blok mainan
ohun ìṣeré

figur aksi
figọ ìṣe

baju monyet
ìdàgbàsókè

frisbee
firisibi

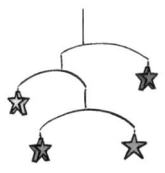
mobile
alágbèéká

permainan papan
eré pẹpẹ

dadu
daisi

set model kreta api
àkópọ̀ ikọ́ni àwòṣe

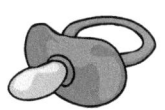
dot
dọmi

pesta
ayẹyẹ

buku gambar
ìwé àwòrán

bola
bọ́ọ̀lù

boneka
bèbí

bermain
ṣeré

kamar anak - yàrá ọmọdé

tempat main pasir
kòtò yẹpẹ̀

ayunan
jangilofa

mainan
àwọn ìṣeré

video game konsol
kọ́nsolu ìṣeré fídíò

sepeda roda tiga
ẹlẹ́sẹ̀ mẹ́ta

teddy
bèbí ọmọdé

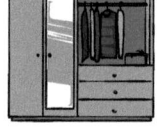

lemari pakaian
ibi ìkaṣọsi

pakaian
aṣọ

kaos kaki
sọkisi

kaos kaki
sitọkin

baju ketat
ṣòkòtò

44   pakaian - aṣọ

pakaian - aṣọ

body
ara

celana
ṣòkòtò

jeans
kakí

rok
sikẹti

blus
bulausi

kemeja
ṣẹti

aket berkerudung
dúró

sweater
ìbòrí

jaket
aṣọ òkè

jaket
aṣọ otútù

mantel
kotu

jas hujan
aṣọ òjò

kostum
ìmúra

gaun
wọṣọ

gaun pengantin
aṣọ ìgbéyàwó

pakaian - aṣọ

setelan resmi
sutu

gaun tidur
aṣọ àwọsùn

piyama
pijama

sari
sari

jilbab
gèlè

turban
tọbanu

burka
bọka

kaftan
kafitani

abaya
abaya

pakaian renang
aṣọ iwẹdò

celana renang
aṣọ àwọsókè

celana pendek
penpe

olah raga
kotu

celemek
aṣọ ìdáná

sarung tangan
ìbọ̀wọ́

pakaian - aṣọ

kancing
bọ́tìnnì

kacamata
awò

gelang
ẹgbà ọwọ́

kalung
ẹgbà ọrùn

cincin
òrùka

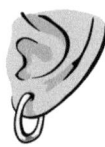

anting
gbígbọ́

topi
filà

gantungan mantel
ìkọ́ kotu

topi
àkẹtẹ̀

dasi
tai

ritsleting
sipu

helm
koto

tali selempang
biresi

seragam sekolah
aṣọ ilé-ìwé

seragam
yunifọmu

pakaian - aṣọ

oto
bibu

dot
dọmi

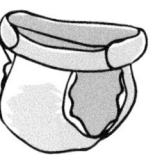
popok
ìlédìí

kantor
ọfisi

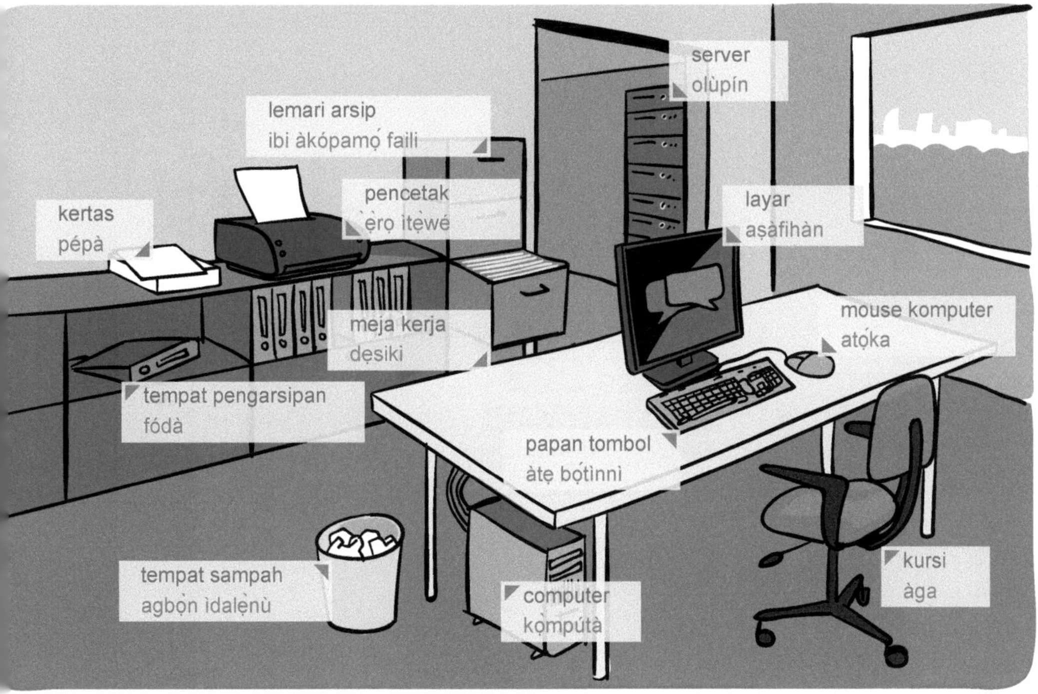

- lemari arsip / ibi àkópamọ́ faili
- kertas / pépà
- pencetak / ẹ̀ro itẹwé
- server / olùpín
- layar / aṣàfihàn
- meja kerja / dẹsiki
- mouse komputer / atọ́ka
- tempat pengarsipan / fódà
- papan tombol / àtẹ bọ́tìnní
- tempat sampah / agbọ̀n ìdalẹ̀nù
- computer / kọmpútà
- kursi / àga

cangkir kopi
ife kọfí

kalkulator
ẹ̀rọ ìṣirò

internet
ayélujára

kantor - ọfisi

laptop	surat	pesan
kọ̀mpútà àgbélétan	lẹ́tà	ìfìránṣẹ́

telepon seluler	jaringan	fotokopi
alágbèéká	nẹ́tíwọ̀kì	ẹ̀rọ ẹ̀dà

software	telepon	plug soket
sọ́ftwia	ẹ̀rọ ìbánisọ̀rọ̀	ihò iná
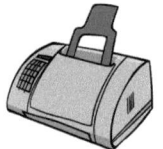	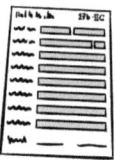	
mesin fax	formulir	dokumen
ẹ̀rọ fakisi	fọ́ọ̀mù	ìwé àkọsílẹ̀

kantor - ọfisi

ekonomi
ọrọ̀ ajé

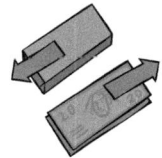
membeli
rà

membayar
sanwó

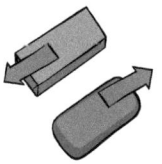
berdagang
ṣòwò

uang
owó

Dollar
dọla

Euro
yuro

Yen
yẹni

Rubel
rọbu

Franc Swiss
Siwisi frans

Renminbi Yuan
renminbi yuan

Rupiah
rupi

ATM
ibi owó

kantor pertukaran mata uang
ibi ìpàrọ̀ owó

emas
wúrà

perak
fàdákà

minyak
epo

energi
agbára

harga
iye

kontrak
àdéhùn

pajak
owó orí

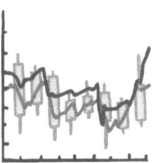

saham
ìpín ọjà

bekerja
ṣiṣẹ́

karyawan
òṣìṣẹ́

majikan
agbani síṣẹ́

pabrik
ilé iṣẹ́

toko
ìsọ̀

ekonomi - ọrọ̀ ajé

pekerjaan
àwọn iṣẹ́ ààyò

petugas polisi
ọ̀gá ọlọ́pàá

pemadam kebakaran
panápaná

pemasak
adáná

dokter
dókítà

pilot
awakọ̀ òfurufú

tukan kebun
ológbà

tukang kayu
gbẹ́nàgbẹ́nà

penjahit wanita
aránṣọ

hakim
adájọ́

ahli kimia
olóògùn

aktor
òṣèré

sopir bis
awakọ̀ èrò

pembantu
omidan agbálẹ̀

pemburu
ọdẹ

tukang listrik
aṣàtúnṣe iná

tukang daging
alápatà

sopir taksi
awakọ̀ èrò

tukang atap
kanlékanlé

pelukis
akunlé

pembangun
akọ́lé

tukang ledeng
pulọmba

nelayan
apẹja

pelayan
agbóunjẹ

tukang roti
olùṣe ìyẹ̀fun

insinyur
amojú ẹ̀rọ

tukang pos
afiwé ránṣẹ́

pekerjaan - àwọn iṣẹ́ ààyò

tentara
jagunjagun

arsitek
ayàwòrán ilé

kasir
akawó

penjual bunga
olódòdó

penata rambut
aṣerun lóge

konduktor
adarí èrò

montir
aṣàtúnṣe ọkọ̀

kapten
adarí

dokter gigi
olùtọ́jú eyin

ilmuwan
onímọ̀ ìjìnlẹ̀

rabbi
olùkọ́ni

imam
imamu

biarawan
mọnki

pendeta
òjíṣẹ́ Ọlọ́run

pekerjaan - àwọn iṣẹ́ ààyò

alat
àwọn irinṣẹ́

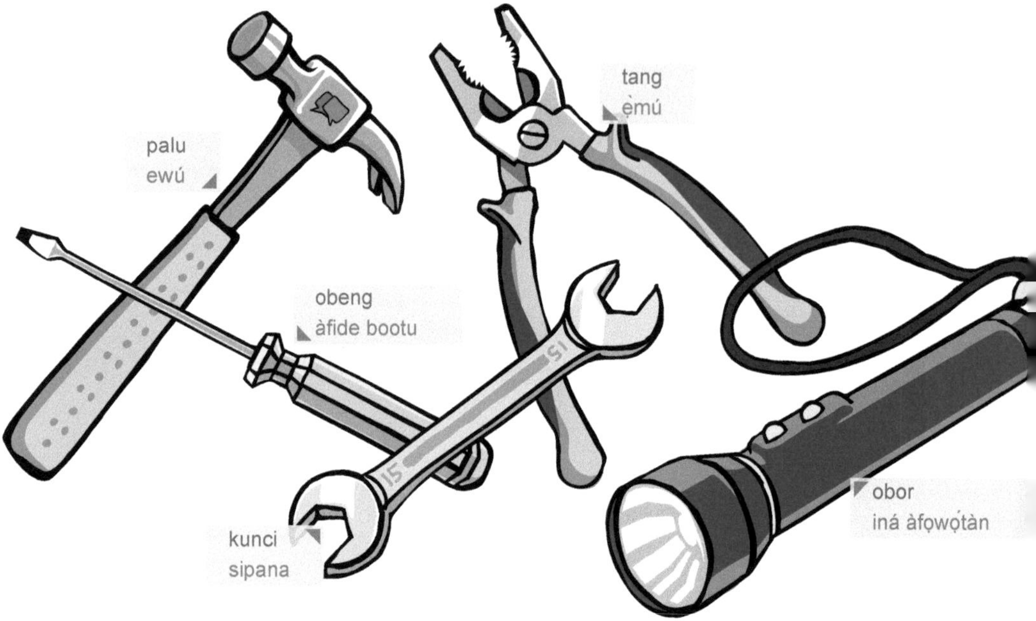

palu
ewú

tang
ẹ̀mú

obeng
àfide bootu

kunci
sipana

obor
iná àfọwọ́tàn

penggali
jiga

tas perkakas
àpótí irinṣẹ́

tangga
àgàsọ

gergaji
ayùn

paku
èṣó

bor
ìlu

alat - àwọn irinṣẹ́

perbaikan
túnṣe

sekop
sọbìrì

Sialan!
Adágún!

cikrak
igbá ìdọ̀tí

pot cat
kòkò ọ̀dà

sekrup
bootu

alat musik
àwọn irinṣẹ́ orin

alat drum
àkópọ̀ ìlù

pengeras suara
gbohùngbohùn

gitar
jita

bas
baasi oníméjì

trompet
fèrè

alat musik - àwọn irinṣẹ́ orin

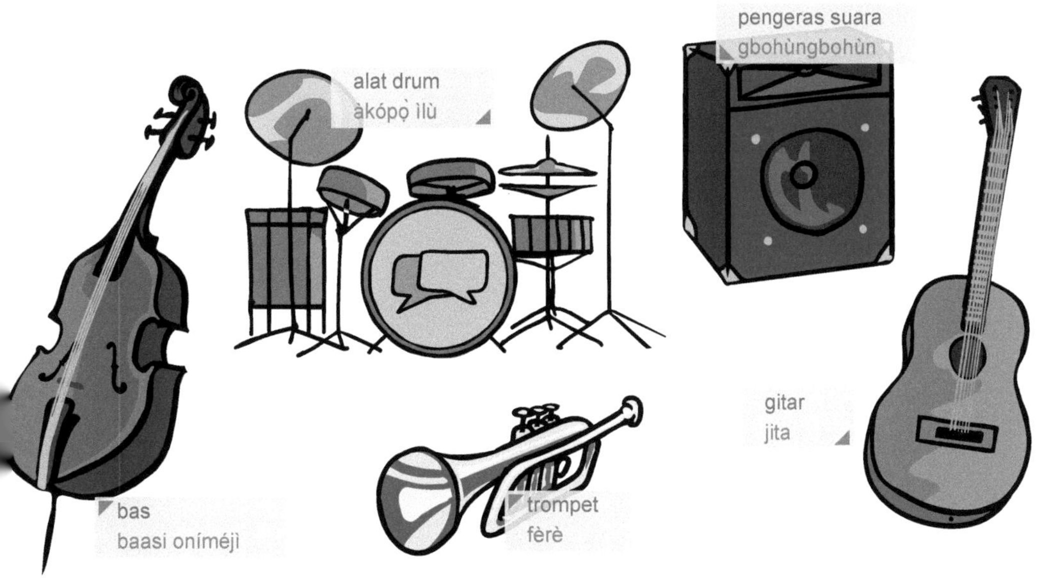

piano

dùrù

violin

faolin

bass

baasi

tambur

timpani

drum

àwọn ìlù

keyboard

kiibọdu

saksofon

sasofonu

suling

fèrè ìpè

mikrofon

`ẹ̀rọ gbohùngbohùn

alat musik - àwọn irinṣẹ́ orin

kebun binatang
ibi ẹranko

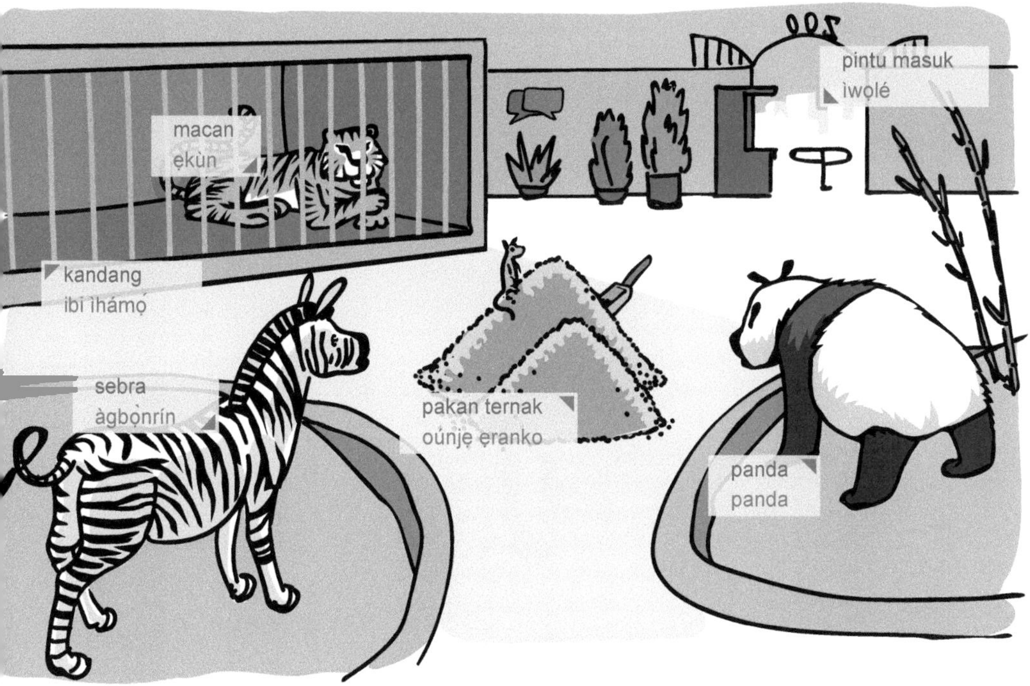

- pintu masuk / iwọlé
- macan / ẹkùn
- kandang ibi íhámọ
- sebra / àgbọnrín
- pakan ternak / oúnjẹ ẹranko
- panda / panda

hewan
àwọn ẹranko

gajah
erin

kanguru
kangaruu

badak
raino

gorila
ọbọ lagido

beruang
biari

unta
kẹtẹkẹtẹ́

burung unta
ẹyẹ agùnlọ̀rùn

singa
kiniún

monyet
ọbọ

flamingo
yojayoja

burung beo
ayékòótọ́

beruang polar
biari omi

penguin
pinguin

hiu
ṣaki

merak
ọ̀kin

ular
ejò

buaya
ọnì

penjaga kebun binatang
olùtọ́jú ibi ẹranko

segel
sili

jaguar
jagua

kebun binatang - ibi ẹranko

kuda poni
poni

macan tutul
ẹkùn

kuda nil
ẹran omi

jerapah
jirafi

burung elang
àṣá

babi jantan
ẹlẹ́dẹ́ igbó

ikan
ẹja

kura-kura
ijàpá

anjing laut
wọrọsi

rubah
kòlòkòlò

kijang
gasẹli

olahraga
àwọn eré ìdáráyá

aktivitas
àwọn iṣẹ́

- meloncat / fò
- ketawa / rẹ́rìín
- memeluk / dìmọ́
- menyanyi / kọrin
- berjalan / rìn
- berdoa / gbàdúrà
- mencium / fẹnukò
- mengimpi / àlá

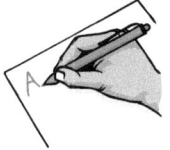

menulis
kọ̀wé

melukis
yàwòrán

menunjuk
fihàn

mendorong
tì

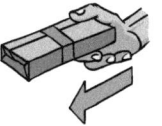

memberikan
funni

mengambil
mú

aktivitas - àwọn iṣẹ́

mempunyai
ní

melakukan
ṣe

adalah
jẹ́

berdiri
dúró

berlari
sáré

menarik
fà

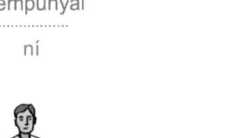
melempar
jù

jatuh
ṣubú

tidur
parọ́

menunggu
dúró

membawa
gbé

duduk
jókòó

berpakaian
múra

tidur
sùn

bangun
jí

melihat
wo

menangis
kígbe

mengelus
ọpá

menyisir
ìlarun

berbicara
sọ̀rọ̀

mengerti
lóye

menanyak
bèrè

mendengar
tẹ́tí

minum
omi

makan
jẹun

merapikan
palẹ̀mọ́

cinta
ìfẹ́

memasak
dáná

menyetir
wakọ̀

terbang
fò

aktivitas - àwọn iṣẹ́

berlayar
ìgbín

menghitung
şírò

membaca
kàwé

belajar
kọ́

bekerja
şişẹ́

menikah
gbéyàwó

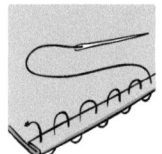
menjahit
ránşọ

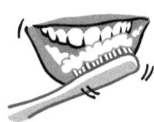
sikat gigi
fọ eyín

membunuh
pa

merokok
mu sìgá

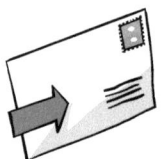
kirim
firánşẹ́

aktivitas - àwọn işẹ́

keluarga
ẹbí

(Illustration: family with labels)
- nenek / ìyá ńlá
- kakek / bàbá ńlá
- bapak / bàbá
- ibu / ìyá
- bayi / ọmọdé
- putri / ọmọbìnrin
- putra / ọmọkùnrin

tamu
àlejò

bibi
àbúrò ìyá

paman
àbúrò bàbá

kakak laki
arákùnrin

kakak perempuan
arábìnrin

keluarga - ẹbí

badan
ara

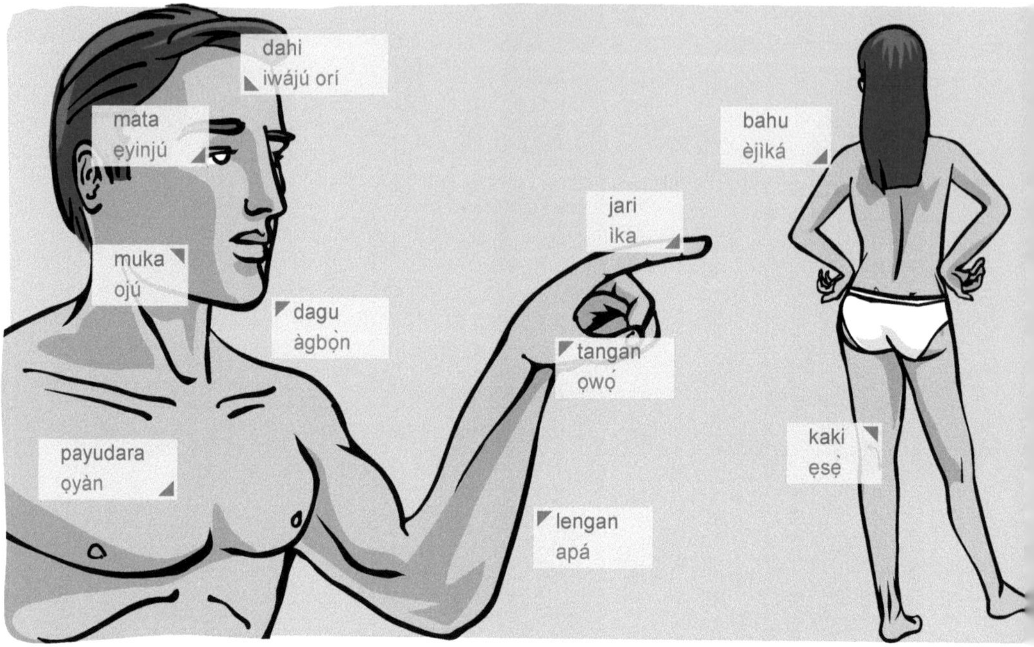

- dahi / iwájú orí
- mata / ẹyinjú
- muka / ojú
- dagu / àgbọ̀n
- payudara / ọyàn
- bahu / èjìká
- jari / ìka
- tangan / ọwọ́
- lengan / apá
- kaki / ẹsẹ̀

bayi
ọmọdé

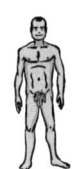

pria
ọkùnrin àgbà

wanita
obìnrin àgbà

perempuan
obìnrin

laki
ọkùnrin

kepala
orí

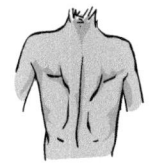

punggung
ẹ̀yìn

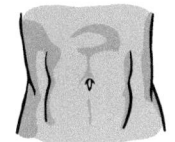

perut
inú

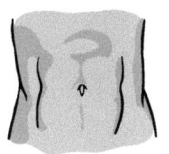

pusar
ìdodo

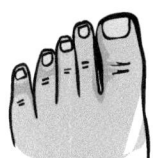

toe
ìka ẹsẹ̀

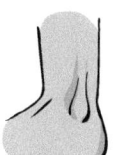

tumit
ẹ̀yin ẹsẹ̀

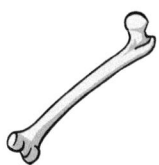

tulang
egungun

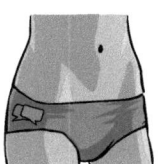

pinggang
ìbàdí

lutut
orúnkún

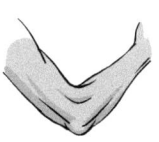

siku
ìgúpá

hidung
imú

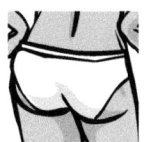

pantat
ìdí

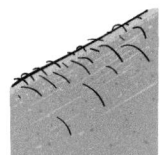

kulit
awọ

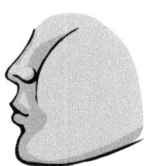

pipi
ẹ̀rẹ̀kẹ́

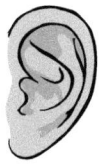

telinga
etí

bibir
ètè

badan - ara

mulut
ẹnu

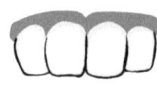
gigi
eyín

lidah
ahọ́n

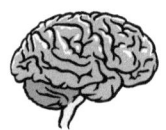
otak
ọpọlọ

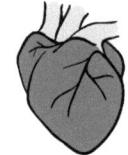
jantung
ọkàn

otot
iṣan

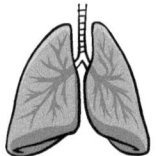
paru-paru
ìfun

hati
ẹ̀dọ̀

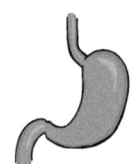
stomach
ikùn

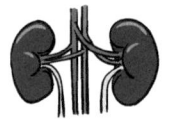
ginjal
kíndìrín

hubungan seks
ìbálòpọ̀

kondom
rọ́bà àbò

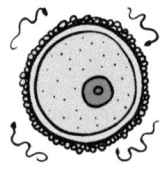
sel telur
ofumu

sperma
àtọ̀

kehamilan
oyún

badan - ara

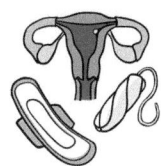

menstruasi

ǹkan oṣù

vagina

òbò

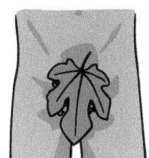

penis

okó

alis

ìpénpéjú

rambut

irun

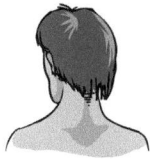

leher

ọrùn

badan - ara

rumah sakit
ilé ìwòsàn

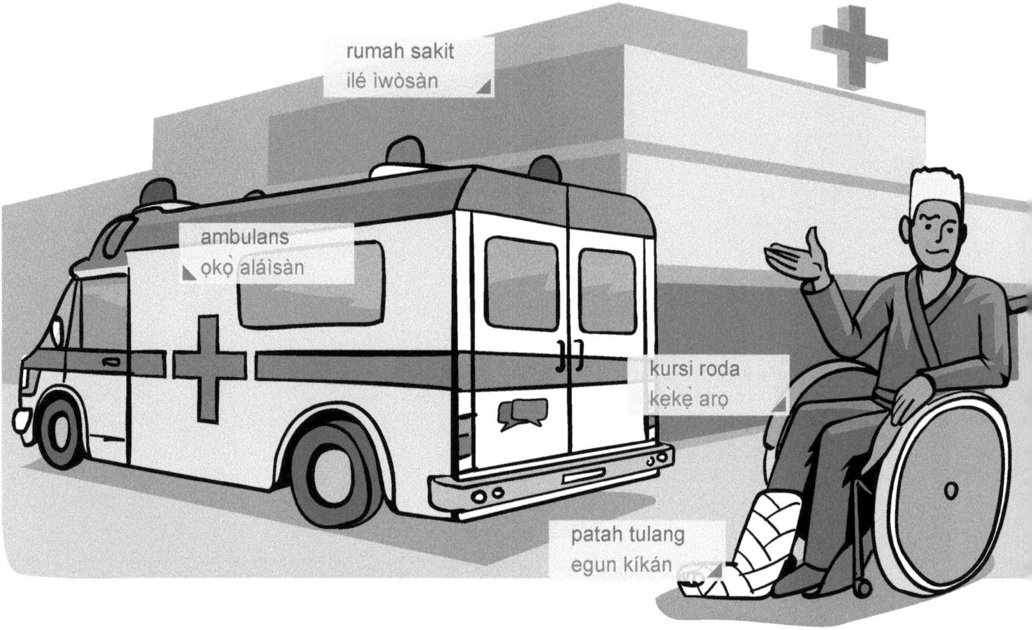

- rumah sakit / ilé ìwòsàn
- ambulans / ọkọ̀ aláìsàn
- kursi roda / kẹ̀kẹ́ arọ
- patah tulang / egun kíkán

dokter
dókítà

ruang darurat
yàrá pàjáwìrì

perawat
nọ́ọ̀sì

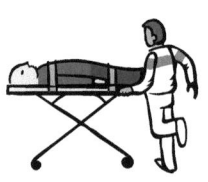

darurat
pàjáwìrì

semaput
dákú

sakit
ìrora

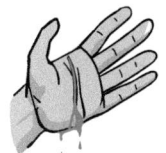

cedera
egbò

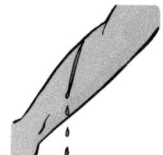

perdarahan
ẹ̀jẹ̀ dídà

serangan jantung
àìsàn ọkàn

stroke
rọpárọsẹ̀

alergi
àlébù ògùn

batuk
ikọ́

demam
ibà

flu
ọ̀finkìn

diare
ìgbẹ́ gburu

sakit kepala
ẹ̀fọ́rí

kanker
jejerẹ

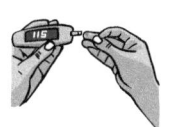

diabetes
ìtọ̀ ṣúgà

ahli bedah
alábẹ

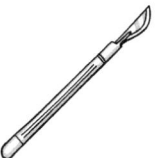

pisau bedah
abẹfẹ́lẹ́

operasi
iṣẹ́ abẹ

rumah sakit - ilé ìwòsàn

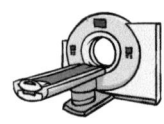 CT CT	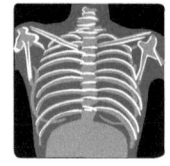 sinar x x-ray	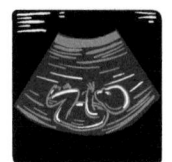 usg ọtirasandi
 topeng aṣọ ìbòjú	 penyakit àrùn	 ruang tunggu yàrá ìdúró
 penyokong ọ̀pá	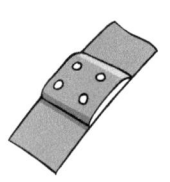 plester àlẹ̀mọ́	 perban aṣọ àfiwé
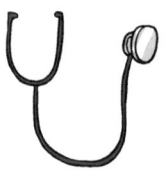 injeksi abẹ́rẹ́	 stetoskop àyẹ̀wò èémì	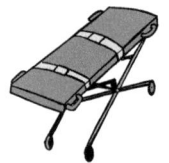 usungan àtẹ aláìsàn
 termometer klinis ẹ̀rọ ìwọ̀n oru ilé ìwòsàn	 kelahiran ìbí	kelebihan berat badan ìsanrajù

rumah sakit - ilé ìwòsàn

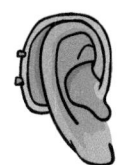

alat pendengar

ẹ̀rọ àfigbọ́rọ̀

desinfektan

apa kòkòrò

infeksi

àkóràn

virus

kòkòrò

HIV / AIDS

Àrùn HIV / AIDS

obat

òògùn

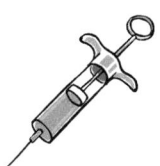

vaksinasi

àjẹsára

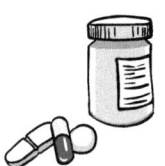

tablet

tabulẹ́ti

pil

òògùn

panggilan darurat

ìpè pàjáwìrì

ukur tekanan darah

atọ́pinpin ẹ̀jẹ̀ ríru

sakit / sehat

àìsàn / lera

rumah sakit - ilé ìwòsàn

darurat
pàjáwìrì

Tolong! Ìrànlọ́wọ́!	 alarm itaniji	 penyerbuan iluni
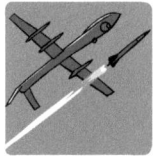 serangan ìdójukọ	 bahaya ewu	 pintu darurat ìjáde pàjáwìrì
  Api! Iná!	 alat pemadam kebakaran panápaná	 kecelakaan ijàmbá
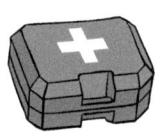 kit pertolongan pertama àpótí itọ́jú aláìsàn	 SOS SOS	 polisi ọlọ́páà

bumi
Ayé

Eropa
Yuropu

Amerika Utara
North Amerika

Amerika Selatan
South Amerika

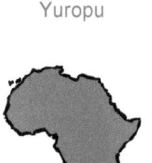

Afrika
Afirika

Asia
Esia

Australi
Osirelia

Atlantik
Atlantic

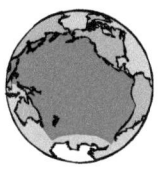

Pasifik
Pacific

Samudra India
Indian Ocean

Samudra Antartika
Antarctic Ocean

Samudra Arktik
Arctic Ocean

kutub utara
Òpó Ìlà Òrùn

kutub selatan
Òpó Ìwọ̀ Òrùn

Antarktika
Antarctica

bumi
Ayé

tanah
ilẹ̀

laut
òkun

pulau
erékùsù

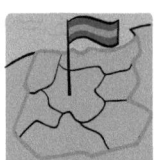
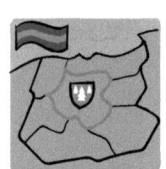

bangsa
orílẹ̀-èdè

negara
ìpínlẹ̀

jam
aago

jam wajah
ojú aago

jarum pendek
ọwọ́ wákàtí

jarum menit
ọwọ́ ìṣẹ́jú

jarum detik
ọwọ́ ìṣẹ́jú ààyá

Jam berapa?
Kínni aago sọ?

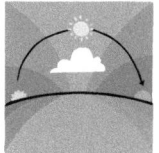
hari
ọjọ́

waktu
àkókò

sekarang
báyìí

jam digital
aago onínọ́mbà

menit
ìṣẹ́jú

jam
wákàtí

minggu
ọsẹ̀

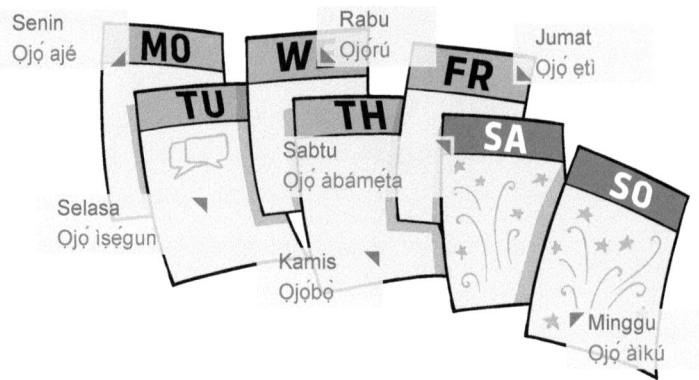

kemaren
àná

hari ini
òní

besok
ọla

pagi
àárọ̀

siang
ọ̀sán

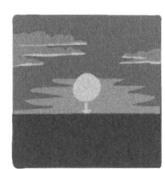

malam
ìrọ̀lẹ́

hari kerja
àwọn ojọ́ iṣẹ́

akhir minggu
ìparí ọsẹ̀

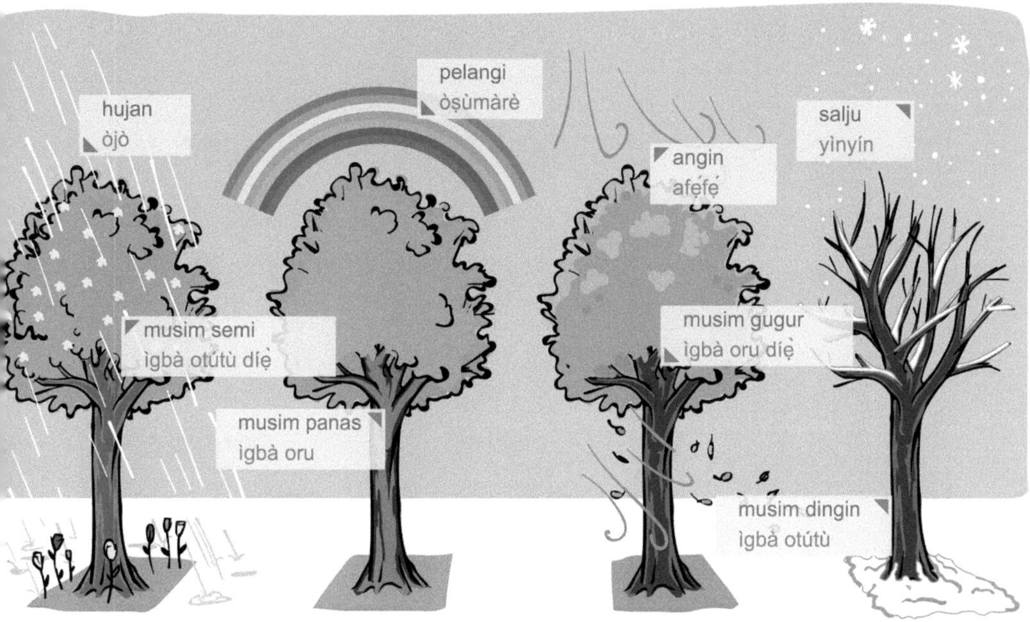

tahun
ọdún

hujan
òjò

pelangi
òṣùmàrè

angin
afẹ́fẹ́

salju
yìnyín

musim semi
ìgbà otútù díẹ̀

musim panas
ìgbà oru

musim gugur
ìgbà oru díẹ̀

musim dingin
ìgbà otútù

ramalan cuaca
ìsọtẹ́lẹ̀ ojú-ọjọ́

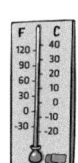

termometer
ẹ̀rọ ìwọ̀n oru

matahari
ìtànsán òrùn

awan
òfurufú

kabut
ọ̀pọ̀lọ́

kelembahan
ọgìnniti

tahun - ọdún

kilat
iná

guntur
àrá

badai
ìjì

hujan es
kùrukùru

monsun
afẹ́fẹ́

banjir
àgbàrá

es
omi dídì

Januari
Oṣù kínní

Februari
Oṣù kejì

Maret
Oṣù kẹẹ̀ta

April
Oṣù kẹẹ́rin

Mei
Oṣù kaàrún

Juni
Oṣù kẹfà

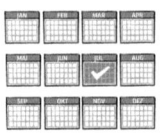

Juli
Oṣù keèje

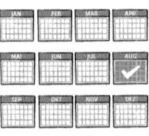

Agustus
Oṣù keẹ̀jọ

tahun - ọdún

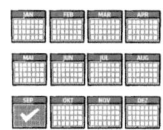
September
Oṣù kẹẹ́sán

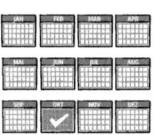
Oktober
Oṣù keẹ̀wá

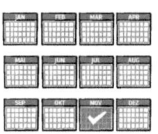
November
Oṣù kọkànlá

Desember
Oṣù kejìlá

bentuk
àwọn ìrísí

lingkaran
róbótó

persegi
onígun mẹ́rin dọ́gba dọ́gba

persegi panjang
onígun mẹ́rin

segi tiga
onígun mẹ́ta

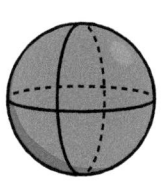
bola
sifia

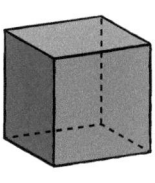
kubus
kubu

bentuk - àwọn ìrísí

warna-warna
àwọn àwọ̀

putih
funfun

kuning
yẹlo

oranye
olómi ọsàn

pink
pinki

merah
pupa

ungu
pọpu

biru
bulu

hijau
aláwọ̀ ewé

coklat
buranu

abu-abu
rẹ́súrẹ́sú

hitam
dúdú

berlawanan
òdì

banyak / sedikit

ọ̀pọ̀ / níwọ̀nba

marah / tenang

bínnú / farabalẹ̀

cantik / jelek

rẹwà / òbùrẹwà

mulaih / selesai

bíbẹ̀rẹ̀ / òpin

besar / kecil

ńlá / kékeré

terang / gelap

mọlẹ̀ / dúdú

saudara laki-laki / saudara perempuan

arákùnrin / arábìnrin

bersih / kotor

mímọ́ / dọ̀tí

lengkap / tidak lengkap

parí / àìparí

hari / malam

ọjọ́ / alẹ́

mati / hidup

kú / àyè

luas / sempit

fẹ̀ / tínrín

dapat dimakan / tidak dapat dimakan
jíjẹ / àìlèjẹ

jahat / baik
ibi / dára

bersemangat / bosan
dunnú / sísú

gemuk / kurus
tóbi / tínrín

pertama / terakhir
àkọ́kọ́ / ìgbẹ̀yìn

teman / musuh
ọ̀rẹ́ / ọ̀tá

penuh / kosong
kún / ṣófo

keras / lembut
le / rọ̀

berat / enteng
wúwo / fúyẹ́

lapar / haus
ebi / òhùngbẹ

sakit / sehat
àìsàn / lera

ilegal / legal
tàpá sófin / bá òfin mu

cerdas / bodoh
ọlọ́gbọ́n / òmùgọ̀

kiri / kanan
òsì / ọ̀tún

dekat / jauh
tòsí / jìnnà

berlawanan - òdì

baru / bekas
tuntun / àlòkù

tidak ada apapun / sesuatu
àìsí nkan / níní nkan

tua / muda
arúgbó / ọ̀dọ́

nyala / mati
tàn / kú

buka / tutup
ṣí / padé

tenang / keras
dákẹ́ / pariwo

kaya / miskin
lọ́rọ̀ / tòsì

benar / salah
tọ̀nà / àìtọ̀nà

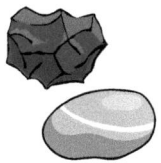

kasar / halus
àìdán / dán

sedih / gembira
banújẹ́ / dunú

pendek / panjang
kúrú / gùn

pelan-pelan / cepat
lọ́ra / yára

basah / kering
tutù / gbẹ

hangat / sejuk
lọ́wọ́rọ́ / otútù

perang / damai
ogun / àlàfía

berlawanan - òdì

angka-angka
nọ́mbà

0 nol / òdo

1 satu / méní

2 dua / méjì

3 tiga / mẹ́ta

4 empat / mẹ́rin

5 lima / márùún

6 enam / mẹ́fà

7 tujuh / méje

8 delapan / mẹ́jọ

9 sembilan / mẹ́sàán

10 sepuluh / mẹ́wàá

11 sebelas / mọ́kànlá

12
duabelas
méjìlá

13
tigabelas
mẹ́tàlá

14
empatbelas
mẹ́rìnlà

15
limabelas
mẹdogun

16
enambelas
marundínlógún

17
tujuhbelas
mẹ́tàdínlógún

18
delapanbelas
méjidínlógún

19
sembilanbelas
mọ́kàndínlógún

20
duapuluh
ogún

100
seratus
ọgọ́rùún

1.000
seribu
ẹgbẹ̀rún

1.000.000
juta
miliọnu

bahasa-bahasa
àwọn èdè

Inggris

Gẹ̀ẹ́sì

bahasa Inggris Amerika

Gẹ̀ẹ́sì Ilẹ̀ Amẹ́ríkà

bahasa Cina Mandarin

Mandarini Ṣaina

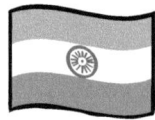

bahasa Hindi

Hindi

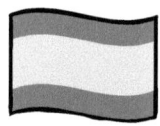

bahasa Spanyol

Sipaniṣi

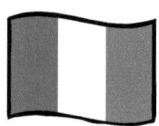

bahasa Perancis

Faransé

bahasa Arab

Lárúbáwá

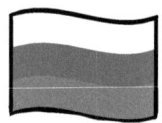

bahasa Rusia

Rọṣia

bahasa Portugis

Pọtugi

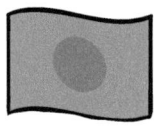

bahasa Bengal

Bẹngali

bahasa Jerman

Jamani

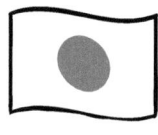

bahasa Jepang

Japanisi

siapa / apa / begaimana
tani / kínni / báwo

saya
Èmi

kamu
ìwọ

dia
ọkùnrin / obìnrin / nkan

kita
àwa

kalian
ìwọ

mereka
àwọn

siapa?
tani?

apa?
kínni?

begaimana?
báwo?

dimana?
níbo?

kapan?
nígbà wo?

nama
orúkọ

dimana
níbo

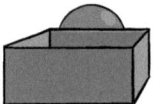

dibelakang

lẹ́yìn

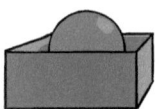

di

inú

didepan

níwájú

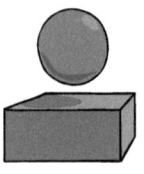

diatas

lókè

diatas

lórí

dibawah

lábẹ́

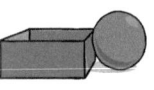

sebelah

lẹ́gbẹ̀ẹ́

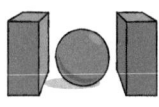

di antara

láàrín

tempat

ibi